www.kidkiddos.com
Copyright©2015 by S.A.Publishing ©2017 by KidKiddos Books Ltd.
support@kidkiddos.com
All rights reserved. No part of this book may be reproduced in any form or by any electronic or mechanical means, including information storage and retrieval systems, without written permission from the publisher or author, except in the case of a reviewer, who may quote brief passages embodied in critical articles or in a review.
Second edition, 2019

Translated from Englsih by Melissa S. Lobo
Isinalin mula sa wikang Ingles ni Melissa S. Lobo

Library and Archives Canada Cataloguing in Publication
Boxer and Brandon (Tagalog Bilingual Edition)
ISBN: 978-1-5259-1761-5 paperback
ISBN: 978-1-5259-0066-2 hardcover
ISBN: 978-1-5259-0064-8 eBook

Please note that the Tagalog and English versions of the story have been written to be as close as possible. However, in some cases they differ in order to accommodate nuances and fluidity of each language.

Inna Nusinsky
Illustrations by Gillian Tolentino

Hello, my name is Boxer. I'm a boxer. I'm a type of dog called a boxer. Nice to meet you! This is the story of how I got my new family.

Kamusta, ako nga pala si Boxer. Ako ay isang uri ng aso na kung tawagin ay boxer. Ikinagagalak ko kayong makilala! Ito ang kwento kung paano ko nakilala ang aking bagong pamilya.

It all started when I was two years old.

Nagsimula ang lahat nung ako ay dalawang taong gulang pa lamang.

I was homeless. I lived on the street and ate out of garbage cans. People got pretty mad at me when I knocked over their trash cans.

Wala akong tirahan. Nakatira lamang ako sa kalsada at kumakain ng mga tirang pagkain mula sa basurahan. Nagagalit sa akin ang mga tao kapag kinakalkal ko ang mga basurahan nila.

"Get out of here!" they would shout. Sometimes I had to run away really fast!

"Umalis ka dito!" sigaw nila. Minsan kinakailangan kong tumakbo ng mabilis!

Living in the city can be hard.

Napakahirap tumira sa siyudad.

When I wasn't looking for food, I liked to sit and watch people walk by on the sidewalk.

Kapag hindi ako naghahanap ng pagkain, gusto ko lamang maupo habang nakatingin sa mga taong nagdaraan.

Sometimes, I would look at people with my sad eyes and they would give me food.

Minsan, titingin ako sa mga tao na may lungkot sa aking mga mata, pagkatapos ay bibigyan nila ako ng pagkain.

"Oh, what a cute doggy! Here, have a snack," they would say.

"Oh, napakaganda naman nitong asong to! Ito, kumain ka," sasabihin nila.

One day, a little boy and his dad were walking toward me.

Isang araw, isang batang lalaki na kasama ang kanyang ama ang naglakad papunta sa akin.

"How's that jelly sandwich, Brandon?" asked the boy's dad.

"Kamusta ang tinapay mo, Brandon?" tanong ng kanyang ama.

"Brandon, don't feed that dog! He'll just come looking for more," exclaimed his dad. Brandon pulled the sandwich back.

"Brandon, huwag mong pakainin ang aso! Makakasanayan na niya ang humingi at babalik palagi," pabulalas na sabi ng kanyang ama. Kinuha ulit ni Brandon ang tinapay.

So close—I could smell the butter! Parents never want to share with me!

Muntik na, naamoy ko na! Ayaw ng ama niya na bigyan ako ng pagkain.

I whined as pitifully as I could as they walked away.

Umungol na lang ako na parang napapaiyak habang naglalakad sila palayo.

After that, I decided to take a nap. I was having a wonderful dream.

Pagkatapos niyon, nagdesisyon ako na umidlip muna. Nagkaroon ako ng magandang panaghinip.

I was in a park and everything was made from meat! The trees were steaks! It was the best dream ever.

Nasa parke raw ako at ang lahat ng nandoon ay gawa sa karne! Ang mga puno ay karne! Iyon ang pinakamagandang panaginip ko sa lahat.

Something woke me up, though. Right in front of me was a piece of a sandwich! I jumped to my feet and gobbled it down.

Biglang may gumising sa akin, nagulat ako. May isang pirasong tinapay sa harapan ko! Tumalon ako at kinuha ko iyon.

Mmmmm! It was so good! Just like my dream.

Mmmm! Ang sarap! Parang yung panaginip ko.

"Shhh," said Brandon. "Don't tell Dad." *What a nice little boy*, I thought to myself.

"Shh," sabay sabi ni Brandon. "Huwag mong sasabihin sa ama ko." Napakabait na bata, sabi ko sa sarili ko.

Day after day, Brandon would come visit me and give me a snack. Then, one day…

Si Brandon ay pumupunta para bisitahin ako araw-araw upang bigyan ng pagkain. Isang araw…

"Hurry up, Brandon. You'll be late for school," said Brandon's dad.

"Bilisan mo, Brandon. Mahuhuli ka na niyan sa eskwelahan," sabi ng ama ni Brandon.

"I'm coming!" shouted Brandon as he ran past, dropping a brown bag on the sidewalk.

"Nandiyan na po!" sigaw ni Brandon. Habang tumatakbo ng mabilis, nalaglag ang isang supot na kulay kayumanggi sa tabi ng kalsada.

Sniffing around, I walked up to it and looked inside. It was full of food!

Inamoy-amoy ko ang paligid, naglakad ako papunta doon, pagkatapos ay tiningnan ko ang loob. Puno ng pagkain!

I was just about to eat it all when I thought of something. *Brandon always brings me food when I'm hungry. If I eat his food, then he'll be hungry.*

Handa na akong kainin ang lahat ng pagkain nang may maisip ako. Si Brandon ay laging nagdadala ng pagkain kapag ako ay nagugutom. Kapag kinain ko ito, siya naman ang magugutom.

"I'm coming, Brandon!" I howled.

"Nandiyan na ako, Brandon!" tumahol ako.

He and his dad were way down the street. I ran after them with the brown bag in my mouth.

Siya at ang kanyang ama ay palayo na sa kalsada. Tumakbo ako habang kagat-kagat ko ang kulay kayumangging supot.

As I was passing an alleyway, I saw a cat. I hate cats! I forgot about my mission and dropped the bag.

Habang dumadaan ako sa eskinita, nakakita ako ng pusa. Galit talaga ako sa pusa! Nakalimutan ko tuloy ang misyon ko at nabitawan ko ang supot.

"Bark, get out of here, cat!" I barked.

"Tinahulan ko siya, umalis ka dito, pusa!" tahol ako ng tahol.

Then I remembered Brandon's lunch. He was going to be hungry if I didn't bring him his lunch!

Pagkatapos ay naalala ko ulit ang tanghalian ni Brandon. Siguradong magugutom siya kapag hindi ko dinala ang tanghalian niya.

It was hard, but I forgot about the cat. I picked up the brown bag again and started running.

Mahirap, ngunit kinalimutan ko ang tungkol sa pusa. Kinuha ko ulit ang kayumangging supot at nagsimulang tumakbo.

Further down the street, I stopped again. A butcher shop!
Habang papalapit ako sa bayan, napahinto ulit ako. Isang tindahan ng mga karne!

There were pieces of meat and sausages hanging everywhere. Mmmmm...
May mga pirasong karne at bituka na nakasabit kung saan-saan. Mmmm...

Wait! I had to bring Brandon his lunch or he was going to be hungry!
Sandali! Kailangang madala ko kay Brandon itong pagkain niya kung hindi ay magugutom siya!

It was hard, but I forgot about the meat. I grabbed the lunch and started running again.

Masyadong mahirap, pero kinalimutan ko ulit ang tungkol sa karne. Pagkatapos ay dinampot ko ulit ang pagkain at tumakbo.

I turned a corner and stopped. There was another dog wagging his tail.

Napatingin ako sa sulok at napahinto. May isang aso at ginagalaw-galaw niya ang kanyang buntot.

"Hi, want to play?" he woofed.

"Kamusta, gusto mong maglaro?" siya ay tumahol.

"I sure do!" I answered. "Oh, wait, I can't right now. I have to bring Brandon his lunch."

"Sige, gusto ko!" sagot ko. "Oh, saglit, hindi pala ako pwede ngayon. Kailangan kong madala ang pagkain ni Brandon ngayong tanghali.

It was hard, but I forgot about playing. I grabbed the lunch and started running again.

Masyadong mahirap, pero kinalimutan ko muna ang paglalaro. Kinuha ko ulit ang tanghalian ni Brandon at nagsimulang tumakbo muli.

I could see the school—and there was Brandon with his dad! I ran as fast as I could.

Nakikita ko na ang paaralan at nandoon nga si Brandon at ang kanyang ama! Tumakbo ako ng mabilis sa abot ng aking makakaya.

Stopping in front of Brandon, I dropped his lunch bag on the sidewalk. Just in time!

Huminto ako sa harap ni Brandon, binaba ko ang kanyang tanghalian sa tabi ng daanan. Sakto lang!

"Look, Dad, he brought my lunch!" exclaimed Brandon.

"Tingnan mo Ama, dinala niya ang aking tanghalian! Pabulalas na sabi ni Brandon.

"Wow, he sure did. That's amazing!" said his dad. They both patted me on the head.

"Nakakamangha, dinala niya nga. Iyon ay kahanga-hanga!" sabi ng kanyang ama. Hinimas-himas nilang dalawa ang ulo ko.

Brandon was happy and so was his dad.
Si Brandon at ang kanyang ama ay masaya.

In fact, his dad was so happy that he brought me home. He gave me a bath. He gave me food!

Sa katunayan, dinala ako ng ama niya sa kanilang bahay. Pinaliguan niya ako at binigyan niya ako ng pagkain!

Now when Brandon and his dad go walking, I get to walk with them. And when they go home, I get to go home with them!

Ngayon, kapag si Brandon at ang kanyang ama ay may lakad, sinasama nila ako. Tapos kapag umuuwi na sila sa bahay, kasama na nila akong umuuwi.

I love my new home and my new family!
Gusto ko ang bagong bahay ko at mahal ko ang bago kong pamilya.

www.ingramcontent.com/pod-product-compliance
Lightning Source LLC
Chambersburg PA
CBHW061133070526
44584CB00033B/4314